ஒன்று பட்டால்

வி.எஸ்.ரோமா

ISBN 978-1-63873-330-0

பொருளடக்கம்

1

ஒன்று பட்டால் உண்டு வாழ்வு - ஒருவர் பிறருடன் ஒற்றுமையாக இருந்தால் மகிழ்ச்சியாக வாழலாம். ஏனெனில் அவருக்குப் பிறர் உதவி எப்போதும் கிடைக்கும். மற்றவர்களிடம் ஒற்றுமையில்லாதவருக்கு யாரும் உதவ மாட்டார்கள். இதை மஹா கவி பாரதியார் "வந்தே மாதரம்" என்ற தம் கவிதையில், "ஒன்று பட்டால் உண்டு வாழ்வே - நம்மில் ஒற்றுமை நீங்கிடில் அனைவர்க்கும் தாழ்வே" என்று குறிப்பிட்டுள்ளார். கோடிக்கணக்கான இந்திய மக்கள் மஹாத்மா காந்தி போன்ற தலைவ- ருடன் ஒத்துழைத்துப் போராடியதால் தான் நம் நாடு வெள்ளையரிடம் அடிமைப்பட்டிருந்த நிலைமை மாறி நாம் சுதந்திர இந்தியாவில் இன்று வாழ்கிறோம்.

அதேபோல் கூடி வாழ்ந்தால் கோடி நன்மை - பலர் ஒன்று கூடி வாழ்ந்தால் நிறைய நன்மைகள் உண்டு பல விவசாயிகள் ஒன்று கூடி வயலில் உழைப்பதால் தான் கனியும் கிழங்தும் தானியங்களும் கணக்- கின்றித் தரும் நாடாக இந்தியா விளங்குகிறது, அனைவருக்கும் உணவு கிடைக்கிறது. கோவில்களில் தேர்த்திருவிழா நிகழும் போது ஊர் மக்கள் ஒன்று கூடிக் கயிறு கொண்டு இழுத்தால் தான் தேர் வீதிகளில் உலா வர முடியும். இதைத் தான் ஊர் கூடித் தேர் இழுத்தல் என்பர்.

காட்டில் ஒரு வேடன் பறவைகளைப் பிடிப்பதற்காக வலையொன்றை விரித்து வைத்திருந்தான். சிறிது நேரத்தில் புறாக்கள் கூட்டமாக வந்து வலையில் அகப்பட்டுக் கொண்டன. ஒவ்வொரு புறாவும் தனித்தனியாக வலையிலிருந்து தன்னை விடுவித்துக் கொள்ள முயற்சி செய்தன. எனி- லும் அவற்றால் முடியாமல் போனது. எடுத்த முயற்சிகள் வீணாயிற்று. இதற்கிடையில் காகம் ஒன்று இதைக் கவனித்தது. வலையில் அகப்பட்ட

புறாக்களைப் பார்த்த காகம் நேராக புறாக்களிடம் சென்றது.

"புறாக்களே! நீங்கள் அனைவரும் ஒன்றுபட்டு முயன்று வலையோடு சேர்ந்து பறந்து சென்று உங்களை காத்துக்கொள்ளுங்கள்" என்று ஆலோசனை கூறியது. புறாக்கள் காகத்தின் யோசனைப்படி, அவை அனைத்தும் ஒன்றுபட்டு வலையையும் தூக்கிக்கொண்டு பறந்து சென்று தப்பின. வலையை விரித்துவிட்டுச் சென்ற வேடன் திரும்பி வந்து பார்த்து ஏமாற்றமடைந்தான்.

நீதி : ஒன்றுபட்டால் உண்டு வாழ்வு நம்மில் ஒற்றுமை நீங்கில் அனைவர்க்கும் தாழ்வு. ஒற்றுமை என்றும் பலமாம். ஒற்றுமையே என்றும் உயர்வு தரும்.

ஒற்றுமைக்கு ஒரு உதாரணம்

நடைமுறையில் ஒற்றுமை என்றால் என்ன என்பதை உதாரணங்கள் மூலமாகவே வெளிப்படுத்தி வருகின்றோம்.

ஒன்றுகூடி வாழுதல் அல்லது சேர்ந்து வாழுதல் ஒற்றுமை எனப் பெரும்பாலானவர்கள் கருதிக்கொள்கிரார்கள். சேர்ந்து வாழுதல் அல்லது கூடி வாழுதல் ஒற்றுமை அல்ல. நாம் எல்லோருமே சேர்ந்து தான் வாழ்ந்து கொண்டிருக்கிறோம்.

இந்தச் சேர்ந்து வாழ்தலானது குடும்பம், சமூகம், சமுதாயம், நாடு எனப பல்வேறு படிகளில் அமைந்துள்ளது.

இவ்வாறு சேர்ந்து வாழுதல் தவிர்க்க முடியாததாகவும் அமைந்துள்ளது. தவிர்க்க முடியாதது எனக் குறிப்பிடுவதற்கான காரணம் ஒவ்வொரு மனிதனும் தான் சார்ந்து வாழும் சமூகத்தில் தனது அடையாளங்களாக, கலை, கலாச்சாரம், பண்பாடு, மதம், மொழி என எவற்றையெல்லாம் ஏற்றுக்கொண்டானோ அவற்றைத் தொடர்ச்சியாக நிலைப்படுத்துவதற்கு சேர்ந்து வாழுதல் தவிர்க்க முடியாததாக அமைகின்றது. ஆனால் எமது அடையாளங்களை நிலைப்படுத்துவதற்கு நாம் சேர்ந்து வாழ்ந்தாலும் ஒற்றுமையாக வாழ்கிறோமா? நிச்சயமாக இல்லை.

சில சந்தர்ப்பங்களில் ஒன்று சேர்ந்து செயற்படுதல் ஒற்றுமை எனக் கருதப்படுகின்றது. ஒன்று சேர்ந்து வாழ்தலைப் போல் ஒன்று சேர்ந்து செயற்படுதலும் தவிர்க்க முடியாததாகவே உள்ளது.

சுருக்கமாகக் கூறுவதாயின் அதிகாரம் பயன்படுத்தப்படும்

வி.எஸ்.ரோமா

ஒவ்வொரு சூழலும் தனித்துவம் குழி தோண்டிப் புதைக்கப்படுகின்றது..

எமது உடம்பு தான் ஒற்றுமைக்கு அதி சிறந்த உதாரணம். ஒரு உடம்பு, பல்வேறு உறுப்புக்கள், உறுப்புக்களுக்கு இடையில் ஒப்பீடு இல்லை, போட்டி இல்லை, பொறாமை இல்லை, ஏற்றத் தாழ்வுகள் இல்லை, சண்டை இல்லை. ஒவ்வொரு உறுப்பும் தனித்துவம் ஆனவை. அதே நேரத்தில் உடம்பின் ஒட்டுமொத்த இயக்கத்தில் ஒவ்வொரு உறுப்பினது பங்களிப்பும் அளவீட்டிற்கு அப்பாற்பட்டவை. ஒற்றுமையின் அத்தனை அர்த்தங்களையும், சிறப்புக்களையும் கொண்டிருப்பது எமது உடம்பு தான். உடம்பே ஒற்றுமைக்கு அதி சிறந்த உதாரணம்!

ஒற்றுமையைப் பேணுவோம்

ஆகாயத்தை அண்ணாந்து பார்க்கும் மனிதன் பறவையினங்கள் கூட்டங்கூட்டமாகப் பறப்பதை காணுகின்றான். பூமியை உற்று நோக்கும்போது எறும்புகள் சாரை சாரையாக ஊர்ந்து செல்வதைப் பார்க்கின்றான். ஆனால், இவைகளிடமுள்ள ஒற்றுமை என்னும் உயர் பண்பை மட்டும், கண்டும் காணாதவனாக இருந்து வருகின்றான்.

காடுகளில் வாழும் மிருகங்கள்கூட தத்தம் இனத்தோடு ஒன்றாக சேர்ந்து வாழத்தெரிந்து கொண்டிருக்கும்போது ஆறறிவு படைத்தவன், ஆற்றல் மிக்கவன் என்று சொல்லிக்கொள்ளும் மனிதன் மட்டும் தனது இனத்திற்குள் தெரிந்தோ தெரியாமலோ ஆயிரக்கணக்கான பிரிவுகளை வகுத்துக்கொண்டு பிளவுபட்டு நிற்கின்றான்.

மனித வாழ்விவில் ஒற்றுமை நிலவ வேண்டுமானால் முதன் முதலாக அவன் பொறுமையைக் கடைப்பிடிக்க வேண்டும். 'பொறுமையாளர்களுடன்தான் அல்லாஹ் இருக்கிறான்' என்பது திருக்குர்ஆனின் முழுமையான, வழிகாட்டும் ஒற்றுமைக்கான ஒளிவிளக்கு.

அடுப்பங்கரை முதல் அரசியல் மேடை வரை ஒற்றுமை என்பது எட்டாக்கனியாக ஆகிக்கொண்டு வருகிறது. சமையலறையில் இருப்பவர்கள்(மாமியாரோ, மருமகளோ) மனமகிழ்வுடன் ஒன்றுபட்டு சமைப்பார்களானால் கிடைப்பது சுவையான உணவாக இருக்கும் என்று சொல்ல வேண்டிய அவசியமில்லை! அதற்கு மாற்றமாக அங்கு பிணக்கு ஏற்பட்டால் என்னவாகும்? ஒன்று, அடுப்பே எறியாது அல்லது உப்போ காரமோ, சரியான அளவில் சேர்க்கப்படாத சுவையற்ற உணவுதான் அன்றைக்கு! ஒற்றுமை எங்கு சிதறினாலும் எல்லோருக்கும் நட்டம்தான்.

தனியொரு கையால் ஓசை எழுப்ப முடியாது. பல கரங்கள் ஒன்று சேர்ந்தால்தான் சமுதாயம் எந்த காரியத்திலும் வெற்றி பெற முடியும்.

கணவன் மனைவிக்கிடையே ஒற்றுமை குன்றி பிணக்கு ஏற்பட்டால் அதன் இறுதி முடிவு விவாகரத்தில் போய் முடிகிறது.!

பெற்றோர் பிள்ளைகளுக்கிடையில் பிளவு ஏற்பட்டால் அது, கட்டாய பாகப்பிரிவினையாகிறது!

ஆசிரியர்கள் மாணவர்களுக்குள் ஒற்றுமை சிதறுமானால் அது கல்-வியின் வீழ்ச்சிக்கு அடிப்படையாகிவிடுகிறது!

அரசியல்வாதிகளுக்கிடையில் பிளவு ஏற்படும்போது மக்களின் செல்-வத்தையும், காலத்தையும் சுரண்டுவதற்கு இன்னொரு புதுக்கட்சி உதய-மாகிறது!

அறிஞர்களுக்குள் ஒற்றுமை குன்றுமானால் அது சமுதாயத்தின் மிகப்பெரும் வீழ்ச்சிக்கு அடிப்படையாகி விடும்.

இன்று நமது சமுதாயத்தில் வரதட்சணைக் கொடுமையால் பல குடும்பங்களில் ஒற்றுமைச்சிதைவு ஏற்பட்டுள்ளது ?

கடைப்பிடிக்கத்தான் வழி தெரியாதவர்களாக, விழியிருந்தும் குரு-டர்களாகத் தடுமாறுகிறார்கள். வழிகாட்டுதலும் நம்மிடையே இருந்தும், அதை அலட்சியம் செய்பவர்களாக வாழ்வதால் சமுதாயம் ஒற்றுமை-யின்றி பிளவுபட்டு நிற்கிறது!

அடுத்த வீட்டுக்காரன் பட்டினி கிடக்கும்போது தான் மட்டும் உணவு உண்பவன்

கடலில் தத்தளிக்கும் ஒருவனிடம் கயிற்றை வீசி எறியும்போது அவன், அதை கெட்டியாகப் பிடித்துக் கொண்டால் கரையிலிருப்பவன்; அவனை இழுத்துப்போட்டு விடுவான். ஆனால் கயிற்றை பிடிப்பவன் அதை வலுவாகப் பிடிக்க வேண்டும். ஏனோ தானோவென்று பிடித்தா-னென்றால் அவன் கடலில் மூழ்க வேண்டியதுதான்.

நமது வாழ்வில் ஒற்றுமை நிலவ வேண்டுமானால் பெருமை, பொறாமை, பேராசை இவைகளைக் களைய வேண்டும்.

ஒற்றுமை

இன்றைய மக்களிடம் சகிப்புத்தன்மை, ஒற்றுமை, சகோதரத்துவம், நல்லிணக்கம் குறைவதை தடுக்க என்ன செய்ய வேண்டும்

ஒற்றுமை, சகோரத்துவம், சகிப்புத்தன்மை இதை நாம் மக்களிடம் என்ன தான் காட்டு கத்து கத்தி சொன்னாலும் அல்லது எப்படி சொன் னாலும்

எந்த மக்களும் அதை உள்வாங்கமாட்டனர் சகிப்புத்தன்மையோடு ஒற்று-மையாய் அன்பாய் இருங்கள் என்று சொன்னால் மக்கள் நம்மை பைத்-தியாக்காரனாக இருப்பானோ என்று கூறுவர்

எல்லாம் நவீன மையம் இங்கு யாருக்கும் யாரின் மீதும் அக்கறை இல்லை எல்லோரும் இயந்திர வாழ்க்கையை வாழ்கின்றனர் ஆடி அடங்கி தன் பிள்ளைகளால் கைவிடப்பட்டு முதியோர் இல்லத்திற்கு சென்ற பிறகு தான் இன்றைய மனிதன் உணர்கிறான் உண்மை வாழ்க்கை என்றால் என்ன என்று, வயதான மனிதன் தான் அழத்தெ-ரிந்த உயிரினமாக உண்மையாக வாழ்கிறான்,,

அதுவும் அடுக்குமாடிகுடியிருப்பு மற்றும் நகரத்து வாசிகளை சொல்லவே வேண்டாம் பக்கத்து வீட்டில் கொலை கொல்லை கற்பழிப்பு,இழவு,திரு-மணம் என்ன நடந்தாலும் ஒரு இயந்திரம் போல தனது அன்றாட பணியை செய்ய துவங்கி விடுவான்

தப்பித்தவறி பள்ளிபடிக்கும் குழந்தை ஜன்னல் வழியாக வேடிக்கை பார்த்தால் பிரம்பால் பயங்கரமாக பத்து அடி விழும் அத்தோடு அந்த குழந்தை பொதுநலத்தை விடுகிறது, சக மாணவர்களுடன் பேசினால் அதற்கு பிரம்பால் பத்து அடி அது போக ஒன்றும் அறியாத குழந்-தைக்கு அபராதம் வேறு அத்தோடு அந்த குழந்தை சகோரத்துவத்தை-யும் நல்லினக்கத்தையும் விட்டுவிடுகிறது,

இது போன்று இன்னும் இன்னும் , யார் எக்கேடு கெட்டுப்போனால் நமக்கென்ன யாரு ரோட்ல அடிபட்டு கிடந்தா யாராவது யாரையாவது நம்ம கண் முன்னே கொன்னாலும் அத எதுக்கு நமக்குனு ஒரு உணர்ச்சியற்ற ஒற்றுமையற்ற சகோதரத்துவமற்ற சுயநல கோபம் மட்டுமே கொண்ட இயந்திரம், மனிதனின் உருவத்தில் வாழத்துங்குகிறது

அடுக்குமாடி குடியிருப்பில் முரங்கை மரம் வளர்க்க அனபாய் ஆசை ஆசையாய் பூந்தொட்டியில் ஒரு முரங்கை மரத்தை வாசிகள் யாருமே ......

இந்த முரங்கை மரத்தை அடுக்குமாடி குடியிருப்பு பகுதியில் நட்டு வளர்க்க எதிர்ப்பு ஒரு மரத்தை வளர்க்கும் அளவிற்கு கூட நம் சமு-தாயம் ஒற்றுமையாய் இல்லையே

ஒள்றுமை,சகோதரத்துவம்,நல்லிணக்கம்

முதலில் நாம் இதனை குழந்தைகளிடம் தான் எடுத்துச் செல்ல வேண்-
டும் இன்றைய குழந்தைகள் தான் நாளைய மக்கள் ,

இப்போதெல்லாம் ஒரு குழந்தை விழித்திருக்கும் நேரத்தில் பெற்-
றோர்களிடம் இருப்பதை விட ஆசிரியர்களிடம் பள்ளியில் தான் அதிக
நேரம் இருக்கின்றனர்,

பள்ளிகளில் எத்தனையோ பாடங்கள் இருக்கின்றது ,ஆனால் வாழ்க்-
கைப்பாடத்தை கற்றுக்கொடுக்க ஒரு பாடம் கூட இல்லை,

,வாழ்க்கைப்பாடத்திற்கு புத்தகம்,பரீட்சை நிச்சயம் தேவையில்லை,
தகுதி பராமல் ,பிரிவினை பாராமல்,வேறுபாடுகள் பாராமல் பழக அன்-
போடு கற்றுத்தரவேண்டும்

வாழ்க்கை பாடத்தின் போது குழந்தைகளுக்கும் மாணவர்களுக்கும்
வேடிக்கைப்பார்க்க கற்றுக்கொடுக்க வேண்டும்,சக மனிதர்களோடு சகஜ-
மாக எப்படி பழக வேண்டும் என்று கற்றுக்கொடுக்க வேண்டும்,

108 ஆம்புளன்ஸ் நாம் வாகனத்தில் பயணிக்கும் போது வந்தால்
அதற்கு வழி விட வேண்டும் என்பதனை கற்றுக்கொடுக்கவேண்டும்,
இது போன்ற மனித அன்பினை வளர்க்கும் நல்லதை பொறுமையோடு
குழந்தைகளுக்கும் மாணவர்களுக்கும் அன்பாக சொல்லி த்தர வேண்-
டும், இது எல்லாத்தையும் விட பொறுமையாக ஒழுக்கத்தை கற்றுக்கொ-
டுக்க வேண்டும்

நல்ல தொடுதல் கெட்ட தொடுதலை பற்றியும் நிதானமாக கற்றுத்தர
வேண்டும் , மனிதாபிமானத்தை வளர்க்கும் ஒற்றுமையை வளர்க்கும்
சகோதர துவத்தை வளர்க்கும் நல்லிணக்கத்தை வளர்க்கும் பிரிவினை
பாராது பழக என நல்லதனைத்தையும் பள்ளியில் ஆசிரியர் கற்றுத்தரு-
தல் வேண்டும

ஒற்றுமை ஓங்கட்டும்

உலகில் எத்தனை விதமான உயிரினங்கள் உள்ளனவோ அத்தனை
விதமான வாழ்க்கை முறைகளும் உள்ளன. ஒவ்வொரு பிராணியும் ஒவ்-
வொரு விதமாக வளருகின்றது. சிங்கம், கரடி போன்ற பிராணிகளும்
பல்லி, ஓணான் போன்ற உயிரினங்களும் மற்ற பிராணிகளை ஆகாரமாக

உட்கொண்டு வளருகின்றன. கீரிப்பிள்ளை, பாம்பு போன்ற உயிரினங்கள் பரஸ்பரம் விரோதிகளாக வளர்ந்து வரும். ஒரு சர்க்கரைத் துகள் பூமி-யில் கிடைத்தாலும், அதை வரிசையாக எல்லா எறும்புகளும் சேர்ந்து வந்து பகிர்ந்து கொள்ளும். காக்கைக்குச் சிறிதுணவு அளித்தாலும், 'கா, கா' என்று கூவி எல்லாக் காக்கைகளையும் உண்ண அழைக்கும்.

மனித உறுப்புகள் பல பணிகள் செய்வதற்குப் பல வகையாக இருந்-தாலும் உடல் வளர்ச்சிக்கு எல்லா உறுப்புகளும் சேர்ந்து ஒன்றாக ஒத்-தழைத்தாக வேண்டும். ஒரு உறுப்பில் தவறு ஏற்பட்டாலும் உடம்பின் ஆரோக்கியம் குறையும். அடிப்படையில் மனிதர்கள் எல்லாரும் ஒரே மாதிரி படைக்கப் பெற்றிருந்த போதிலும் ஒவ்வொரு மனிதனும் ஒவ்-வொரு வகையாக வாழ்கிறான். ஒரு குடும்பத்தில் பிறந்த அண்ணன், தம்பிகளிடையில் வெவ்வேறு எண்ணங்கள், செயல்கள் இருக்கின்றன. ஒரு மனிதனுடைய உடலுக்கு ரத்தம் தேவைப்பட்டால் உடன்பிறந்த சகோதர, சகோதரிகளின் ரத்தம்கூட ஒத்துப் போவதில்லை. எங்கோ பிறந்தவர்களின் ரத்தத்தை உடல் ஏற்கிறது!ஒவ்வொரு மனிதனுடைய கையிலும் 5 விரல்கள் இருக்கின்றன. ஐந்தும் சமமாக இருப்பதில்லை. ஆனபோதிலும் ஐந்து விரல்களும் ஒன்றாகச் சேர்ந்தால்தான் உணவைக் கையில் எடுத்து உண்ண முடியும்.

.ஒரு குடும்பத்தில் நான்கைந்து பிள்ளைகள் இருப்பார்கள். ஒவ்வொ-ருவரும் ஒவ்வொரு வகையில் பணி செய்து வருவார்கள். அவர்கள் செய்யும் பணிகளெல்லாம் குடும்ப நலனுக்கே. வித்தியாசமான பணிகள் செய்தாலும் வெவ்வேறு இடத்தில் வசித்து உழைத்தாலும் அவர்கள் ஒரு குடும்பத்தைச் சேர்ந்தவர்களே. தாய் தந்தையரின் மக்களே. இதேபோல் ஒவ்வொரு மாநிலத்தில் வெவ்வேறு மொழிகள் பேசுவார்கள். வெவ்வேறு விதமாக உடைகள்கூட அணிந்து கொள்வார்கள். ஆனால் எல்லா மக்-களும். இந்திய மக்களே.

வட கோடி அயோத்தியிலிருந்து ஸ்ரீராமபிரான் இலங்கை சென்று திரும்பி தென்கோடி இராமேஸ்வரத்தில் சிவபிரானைப் பிரதிஷ்டை செய்-தார்

ஒரு பொதுவான இலக்கை அடைய இரண்டு அல்லது அதற்கு மேற்பட்டவர்கள் ஒன்றுபட்டு ஒருவருக்கொருவர் ஒத்துழைக்கும்போது, ஒற்றுமை பற்றிய பேச்சு இருக்கிறது. ஒற்றுமை என்பது பொருள் மற்றும் உணர்வு இரண்டையும் மற்றவர்களுடன் பகிர்ந்துகொள்கிறது, இது மற்-

றவர்களுக்கு உதவிகளையும் மக்களுக்கு இடையிலான பரஸ்பர ஒத்துழைப்பையும் வழங்குகிறது.

இந்த அர்த்தத்தில், செஞ்சிலுவைச் சங்கம் ஒற்றுமையின் அடையாளமாக ஒரு எடுத்துக்காட்டு எனக் குறிப்பிடப்படலாம்,

ஒற்றுமை **என்பது ஆதரவு**, ஒப்புதல், உதவி, பாதுகாப்பு ஆகியவற்றுக்கு **ஒத்ததாக இருக்கிறது**, இது ஒரு நியாயமான காரணத்தைத் தொடரும்போது உலகை மாற்றி, அதை சிறந்ததாகவும், வாழக்கூடியதாகவும், மேலும் கண்ணியமாகவும் ஆக்குகிறது.

மதிப்பாக ஒற்றுமை

ஒற்றுமை என்பது தனிநபர்களுக்கிடையேயான பரஸ்பர ஒத்துழைப்பால் வகைப்படுத்தப்படும் ஒரு மதிப்பு சமமான சிறப்பம்சமாகும், இது சந்தேகத்திற்கு இடமின்றி போர்கள், வாதைகள், நோய்கள் போன்ற மிக மோசமான பேரழிவுகளை சமாளிக்க அனுமதிக்கிறது,

உயிரினங்களுக்கிடையில் ஒற்றுமை என்பது வாழ்நாள் முழுவதும் எழும் துன்பங்களை எதிர்க்க அனுமதிக்கிறது. அக்கறையுள்ள சூழ்நிலைகளில் தங்களைக் கண்டுபிடிக்கும் அனைத்து நபர்களையும் ஒத்துழைக்கவும் ஆதரிக்கவும் அக்கறையுள்ள நபர் தயங்குவதில்லை, இது அலட்சியமான, சுயநலவாதிகளிடமிருந்து தங்கள் சகாக்களிடமிருந்து தங்களை வேறுபடுத்திக் கொள்ள அனுமதிக்கிறது.

ஒற்றுமை உரிமைகள்

மக்களின் உரிமைகள் அல்லது ஒற்றுமையின் உரிமைகள் ஒரு நபரின் வளர்ச்சியை பொருத்தமான சூழலில் மேம்படுத்துவதும், மனிதனை அதன் உலகளாவிய தன்மையில் சிந்தித்துப் பார்ப்பதும், ஒட்டுமொத்த மனிதகுலத்திற்கான உத்தரவாதங்களை நாடுவதும் ஆகும்.

ஒரு விவசாயிக்கு நான்கு மகன்கள் இருந்தனர். அவர்கள் எப்போதும் ஒருவருக்கொருவர் சண்டையிட்டுக் கொண்டிருந்தனர். விவசாயி அவர்களை சரியான பாதையில் கொண்டு செல்ல முயற்சி செய்தார், ஆனால் அவருடைய ஆலோசனைக்கு அவர்கள் கவனம் செலுத்த வில்லை.

ஒரு நாள், அவர் ஒரு திட்டத்தை முடிவு செய்தார். அவர் தனது மகன்களை அழைத்து, சில குச்சிகளை கொண்டு வரும்படி கேட்டார். அவர்கள் குச்சிகளைக் கொண்டு வந்தபோது, விவசாயி அவற்றை அனைத்தையும் சேர்த்துக் கட்டி, அதை உடைக்க அவர்களது பலத்தை

வி.எஸ்.ரோமா

கொண்டு முயற்சி செய்யும்படி கேட்டார்.

ஒவ்வொரு மகனும் கட்டையை உடைக்க முயற்சி செய்தார்கள், ஆனால் தோல்வி அடைந்தார்கள். பின்னர் விவசாயி கட்டை அவிழ்த்துவிட்டு, ஒவ்வொருவரிடமும் ஒரு குச்சியை கொடுத்து உடைக்க சொன்னார். அவர்கள் ஒவ்வொருவரும் அதை எளிதாக செய்ய முடிந்தது.

விவசாயி, 'இப்போது உங்களுக்கு புரிகிறதா! நீங்கள் ஒற்றுமையாக இருந்தால் உங்களை விட சிறப்பாக யாராலும் இருக்க முடியாது. ஆனால் நீங்கள் சண்டையிட்டுக் கொண்டிருந்தால், நீங்கள் ஒவ்வொன்றாய் உடைக்கப் படுவீர்கள்" என்று கூறினார்.

ஒற்றுமையே பலம் என்பதை வலியுறுத்த பாரத நாட்டில் பல கதைகளும், பழமொழிகளும் இருக்கின்றன. "ஒன்றுபட்டால் உண்டு வாழ்வு நம்மில் ஒற்றுமை நீங்கிடில் அனைவர்க்கும் தாழ்வு" என்று பாடினான் பாரதி.

சின்னக் குழந்தைகளுக்கு ஒரு கதை சொல்லுவதுண்டு. ஒரு குடியானவனுக்கு நாலு மகன்கள்; எப்போது பார்த்தாலும் அவர்களிடையே சண்டைதான். அந்தக் குடியானவனுக்கு அந்திம காலம் நெருங்கியது. மரணப்படுக்கையில் இருக்கும்போது, நான்கு மகன்களையும் அழைத்து, ஆளுக்கு ஒரு விறகுக்கட்டையைக் கொண்டுவரச் சொன்னான். இதை ஒடிப்போருக்குதான் நான் சொத்து முழுவதையும் எழுதிவைப்பேன் என்றான். பின்னர் ஒவ்வொருவ ரையும் விறகை ஒடிக்கச் சொன்னான். அவர்கள் பலம் முழுதையும் பிரயோகித்து எளிதில் உடைத்தனர்.

பின்னர் நாலு விறகுக் கட்டைகளையும் சேர்த்து ஒன்றாகக் கட்டச் சொல்லி இப்பொழுது இதை ஒடிப்போருக்குதான் முழுச் சொத்தும் கிடைக்கும் என்றான். நால்வரும் தனித்தனியே முயன்றனர். ஒடிக்க முடியவில்லை

அப்பொழுது சொன்னான்: என்னருமை மகன்களே, நீங்கள் தனித் தனியே இருந்தால் பலவீனம் அடைவீர்கள். நமது பரம்பரைச் சொத்துக்களைப் பாதுகாக்க இயலாது. உங்களை யாவரும் வென்று விடுவர். நீங்கள் நால்வரும் ஒற்றுமையுடனிருந்தால் பலம் அதிகரிக்கும். உங்களை யாரும் வெல்ல முடியாது என்றான். அவர்கள் நால்வருக்கும் புத்தி வந்-

தது. ஒற்றுமையே பலம் என்பதை உணர்ந்தனர்; அதைக் கடைப்பிடித்-
தனர்.

சர்வதேச குடும்ப தினம்

குடும்ப ஒற்றுமையின் முக்கியத்துவம் உணரவே ஐக்கிய நாடுகள்
சபை 1992மே15ல் சர்வதேசகுடும்பதினம்அறிவித்தது.

மனிதன் எச்சூழல், வயதிலும் குடும்பத்தை கைவிடாமல் ஆதரவ-
ளிக்க வேண்டும் என்பதே இதன் நோக்கம். 'கூடி வாழ்ந்தால் கோடி
நன்மை', என்ற கூற்றிற்கேற்ப 'ஒரு கூட்டு கிளியாக ஒரு தோப்பு குயி-
லாக', நமக்குள் சந்தோஷம், சிறு சிறு சண்டை, சமாதானம் என
அனைத்தும் நிறைந்த அற்புத அமைப்பாக வாழ்வோம்.

கூட்டு குடும்பத்தில் மட்டுமே சமூக ஒற்றுமை, ஏற்றத்தாழ்வு, பொறா-
மைஇருக்காது.

மூத்தோரின் பாசம், வழிகாட்டுதலால்குழந்தைகள் எதிர்கால லட்சியத்தை
அடைவர்.

ஒருவொருக்கொருவர் விட்டுக் கொடுக்கும் எண்ணம் இருக்க வேண்டும்.

கூட்டுக்குடும்பமாக இருப்பதே பெரிய வரம்.

குடும்பத்தில் பெரியவர்களின் அறிவுரையை கேட்டு நடக்க வேண்-
டும்.

அவர்கள் நிறைய அனுபவங்களை பெற்றவர்கள், நிதானமாக யோசிப்ப-
வர்கள்.

ஒரு வீட்டில் பெரியோர்கள் இருந்தால், பண்பாடு, ஒழுக்கம் உட்படபல்-
வேறு விஷயங்களை குழந்தைகளுக்கு கற்றுக் கொடுப்பார்கள்.

கூட்டு குடும்பங்களில் வாழ்பவர்கள் தன்னை பற்றியேமட்டும்
யோசிக்காமல் அவர்களது••
குடும்பத்தைச் சேர்ந்தவர்கள் பற்றியும் யோசித்து அவர்களது தேவைக-
ளையும் நிறைவேற்ற தகுந்த முயற்சி எடுத்து குடும்பத்தை நல்ல முறை-
யில் நடத்தி செல்வர்.

இன்றைய நாகரீக மோகத்தில் தனிக்குடித்தனம் செல்லும் ஏராளமா-
னவர்கள் பெரியவர்களின் அறிவுரை, வழிகாட்டுதல் இல்லாமல் சிரமப்-
படுகின்றனர்.

நல்லதொரு குடும்பம் பல்கலைக்கழகம் என்ற பழமொழிக்கேற்ப குடும்-

பத்தின் பெரியவர்கள் மூலம் அடுத்த சந்ததியினர் நல்ல விஷயங்களை கற்றுக்கொள்ள வேண்டும். சகோதரத்துவம், உதவும் மனப்பான்மை ஆகியவற்றை கற்றுக் கொடுப்பர்.

பெரியவர்களின் அரவணைப்பில், சிக்கனத்தை கடைபிடித்து சேமிப்பை காண முடியும். தாத்தா பேரன் பேத்தியரோடு மகிழ்ந்து பேசும் போதும், விளையாடும் போதும் குடும்பமே சந்தோஷத்தை காணும்.

யாதும் ஊரே யாவரும் கேளிர்

யாதும் ஊரே யாவரும் கேளிர் என்று சொல்லி "உலகிலுள்ள எல்லா ஊர்களும் நமது ஊரே; உலக மக்கள் எல்லோரும் நம் உறவினரே" என்னும் நல்ல கருத்தை நம் மனதில் விதைத்தவர் சங்கப் புலவர் கணி- யன் பூங்குன்றன்.

உலகிலுள்ளார் அனைவரும் இன்புற்றிக்க வேண்டும் என்பதே அரு- ளாளர்களின் கோட்பாடாகும்.

வள்ளுவர் உள்ளத்திலும் இக்கருத்து வளர்ந்திருந்தது. தமிழ்ச் சான்- றோர்களின் கனவே இதுதான்.

பண்டைக்கால மக்களிடம் ஒற்றுமை உணர்ச்சி நன்கு பரவியிருந்தது. "ஒன்றுபட்டால் உண்டு வாழ்வு" என்பதை அறிந்த மக்கள் கூட்டங் கூட்டமாய் கூடி வாழ்ந்தனர்.கடந்த நூற்றாண்டில் காந்தியடிகள் ஆற்றிய அரும்பணியை யார் மறக்கவல்லார்? மனித இனத்தின் உயர்வு தேடுவதே உண்மையான அரசியல் என்ற கோட்பாட்டில் நற்செயல் பல செய்தார்.

இந்தியா உலகிற்கு வழிகாட்ட வேண்டும் என்னும் இனிய எண்ணத்- தோடு பாடுபட்டார்.

இன்று அறிவியல் அனைத்து நாட்டவரையும் பிணைத்து வருகின்- றது. இணையமும், வணிகமுறையும், உலகப் பயணமும் உள்ளங்களை இணைக்கும் முயற்சியில் இறங்கியுள்ளன.

இணையமும், கல்வியறிவும், கலப்பு மணமும், வானொலியும், தொலைக்காட்சியும்

மக்கள் ஒரே குலமாய் வாழ வேண்டும்.

வள்ளுவன் வழியில் சென்று வையகத்தை ஒன்று படுத்துவோம்.

யாதும் ஊரே யாவரும் கேளிர் என்ற நம் தமிழ்ச் சான்றோரின் பொன்மொழி நமக்கு வழிகாட்டும்.

தேசிய ஒருமைப்பாடு

தேசியமென்பது நாட்டின் உயிர்மூச்சு. ஒருமைப்படுதல் என்பது மிக-வும் கடினமான செயல். ஒன்று படுதல் அதாவது உள்ளத்தாலும் உடலையும் ஒன்று பட்டு வாழும் முறையையேஒருமைப்பாடு. சமூக நல்-லிணக்கம் என்பது சாதி, சமய வேறுபாடின்றி மக்கள் அனைவரும் ஒன்று பட்டு வாழ்வது நல்லிணக்கம் எனப்படும்.ஆம், ஒருமைப்பாடும் நல்லிணக்கமும் உலக அளவில் தேவை, அதுவும் இந்தியா போன்ற மொழிக்கக்கூறுகள், மதக்கூறுகள் வேறுபாட்டுக்கு கிடைக்கும் நாட்டிற்-கும் இது இதயம் போல் இன்றியமையாத் தேவை.

விரல்கள் வேறுபட்டு விளங்கினும் செயல்கள் ஒன்றுபடுவது போல் மதங்கள், இனங்கள், செயல்கள், நாகரீகங்கள் வேறுபட்டிருப்பினும் வேற்றுமையில் ஒற்றுமையுள்ளது ,,,,,,,,,,,,,,,,,,,,,,,,,,,,,,,,,,,,,,

என்னும் உண்மையைக் கண்டறிதலே ஒருமைப்பாடும் சமூக நல்லி-ணக்கமும் சிறக்கச் சிறந்த வழியாகும்

சிந்தனை ஒன்றுடையாள்" என்று பாரதத் தாயைப் பாடிய பாரதியின் பாதையில் பாரத மக்கள் நடை போட வேண்டும்.

அனைவரும் ஒன்றுபட்டு நம் தேசத்தைக் காப்போம்.

நான்

வாசகர்ளால் நான்
வாசகர்களுக்காக நான்
முற்போக்கு எழுத்தாளர் வி.எஸ்.ரோமா - கோயம்புத்தூர்
+91 82480 94200
20 புத்தகங்கள் எழுதியுள்ளேன்
விருதுகள் பல பெற்றுள்ளேன்.
கதை , கவிதை, கட்டுரை, நாவல் பொன்மொழி, நாட-
கம்
எழுதுவேன்.
என்
எழுத்து
என் மூச்சுள்ள வரை
என் வாசிப்பே
என் சுவாசிப்பு
என்றும்
எழுதிக் கொண்டிருக்க வே

என் ஆசை
    நான் திருமணமே செய்து கொள்ளாத பெண்மணி என்-
பதில் எனக்கு மகிழ்வே.
    என் எழுத்துக்கு முழு ஒத்துழைப்பு கொடுப்பவர்கள் என்
பெற்றோர்களே.
    தந்தை
கா சுப்ரமணியன் _ தாசில்தார் - ஓய்வு
    தாய்.
சு. கிருஷ்ணவேணி
    என் பெற்றோர்களே
என்
எழுத்துக்கும்
எனக்கும் முழு ஒத்துழைப்பு தருகின்றவர்கள் என்பதில்
எனக்கு மகிழ்ச்சியே.
    நான் ரோமா ரேடியோ
என்ற பெயரில் எஃப் எம் ஆரம்பித்துள்ளேன்.
    என்
எழுத்து
என் ரோமா வானொலி மூலம்
எங்கும் ஒலிக்க
எட்டு திக்கும் ஒலிக்க
என் ஆவல்.
    பெண்களை
பெரிதாக நினைத்துப்
பெரும் மகிழ்ச்சியடைந்து
பெருமைப் படுத்த வேண்டும்.
    முற்போக்கு எழுத்தாளர்
வி.எஸ். ரோமா
Roma Radio
கோயம்புத்தூர்
+91 82480 94200